அந்த வட்டத்தை
யாராவது
சமாதானப்படுத்துங்கள்

அந்த வட்டத்தை யாராவது சமாதானப்படுத்துங்கள்

கார்த்திக் திலகன்

டிஸ்கவரி புக் பேலஸ்
கே.கே.நகர் மேற்கு, சென்னை - 600 078.
(பாண்டிச்சேரி கெஸ்ட் ஹவுஸ் அருகில்)
Ph: 044-4855 7525 Mobile: +91 87545 07070

அந்த வட்டத்தை யாராவது
சமாதானப்படுத்துங்கள்

கார்த்திக் திலகன்©

Andha Vattathai Yaravathu Samathanapaduthungal

Karthik Thilagan©

1st Edition: December - 2019
Pages : 88
ISBN : 978-93-89857-02-3
Cover Design: Manivannan

Discovery Book Palace (P) Ltd,
6, Mahaveer Complex, Munusamy Salai,
K.K.Nagar West, Chennai-600 078.
Ph: +91 - 44-4855 7525
Mobile: +91 87545 07070

E-mail: **discoverybookpalace@gmail.com,**
Website: **www.discoverybookpalace.com**

Rs. 100

என் மனசாட்சிக்கு மிக அருகிலிருக்கும்
கவிஞர் இரா. மீனாட்சி அவர்களுக்கு

Life is a full circle, widening until it joins the circle motions of the infinite

- Anais Nin

நன்றி

கண்டராதித்தன், அசதா, இளங்கோ கிருஷ்ணன், கதிர்பாரதி, ஸ்டாலின் சரவணன், ஸ்ரீசங்கர், ஷக்தி, கனிமொழி.ஜி, வளவதுரையன், ஓவியர் ஸ்ரீதரன், ஓவியர் மணிவண்ணன், வேடியப்பன், பாவண்ணன், அமிர்தம் சூர்யா, நந்தன் ஸ்ரீதரன், சூர்யதாஸ், மனோமோகன், தமிழினி வசந்தகுமார், பழனிபாரதி, சமயவேல், எல். வைத்தீஸ்வரன், கார்த்திகை பாண்டியன், அம்பை, யவனிகா ஸ்ரீராம், கலாப்பிரியா, நரன், கரிகாலன், சு.தமிழ்ச்செல்வி, அறிவுமதி, லிபி ஆரண்யா, அபிலாஷ் சந்திரன், சா.துரை, நர்மதா, ராம்வசந்த், சுரேஷ் பரதன், ஸ்ரீவத்ஸா, லதா ராமகிருஷ்ணன், ஜெயசக்தி, ஜின்னா ஆஸ்மி, ஆண்டன் பெனி, வலங்கைமான் நூர்தீன், நிலா கண்ணன், வேதநாயக், எம். பாஸ்கர், துரை நந்தகுமார், யாழி கிரீதரன், சோழநிலா, முருக தீட்சண்யா, காயத்ரி ராஜசேகர், சுரேஷ் சூர்யா, ஆனந்தவிகடன், தடம், குங்குமம், உயிர்மை, கணையாழி, நான்காவது கோணம், நிறை, தை, நிலவெளி. நால்வர் - இதழ்கள். அரூ, கோடுகள், தகவு - இணைய இதழ்கள்.

சௌந்தர்ய லகரி

உயிர் என்பது ஒரு சொல்
ஒவ்வோர் உடலுக்குள்ளும்
ஒரு சொல்லாகச் சுடர்பவள் காளி

சொல்லை புசித்துச் சொல்லை அருந்திச்
சொல்லாகவே திகழ்பவள் அவள்
அவள் தின்றுவிட்டு மிச்சம் வைத்த சொல்லை
தின்று வளர்ந்தவன் நான்

இரண்டு சொற்களை
இடம்மாற்றிச் சேர்க்கும் போது
படீரென வெடித்து வெளிவரும்
கவியின் மின்னல் காளி
காளியை வாழ்த்துவோம்

மூளும் கவியின் தணலை — என்னுள்
மூச்சு கொண்டிசைத்தாய்
காத்தருள்க காளி — உன்மேல்
காதலுற்று வாழ்வேன்

சடைவளர்த்த வேந்தன் — உன்னை
சேரும்காலை கூட
எனை மறக்க வேண்டாம் — நீயென்
இதய ஜோதி வாழ்க

✺

நிழல் வழிச்சாலை

1) மூக்கின் நிழல்போல்
மீசைவைத்திருந்த நண்பன்
என் வீட்டிற்கு வந்திருந்தான்
சாப்பிடும் போது
பொருளின் நிழலையும்
சேர்த்தே சாப்பிடுவதால்தான்
அஜீரணக்கோளாறு
உண்டாவதாகக் கூறியபடி
எதிரே வைத்திருந்த
சக்கரைப் பழத்தின் நிழலை
உரித்துப்போட்டுவிட்டு
சாப்பிட்டுக்கொண்டிருந்தான்
சேகரமான
சக்கரைப்பழத்தின் நிழல்களை
குப்பையில் கொட்ட
எடுத்துக்கொண்டு போனாள் என் மனைவி

2) நம் இருவரின் நிழல்களும்
போர் வாள்கள்
எதிரெதிராக நடக்கிறோம்
ஓயாத போர் தொடர்கிறது வீதியில்

பூமியின் கண்ணறைகளில் இருந்து
முளைத்து எழும் காலத்தின் விரல்கள்
துண்டுபட்டுத் துள்ளுகின்றன
காலத்தின் கையறு நிலை கண்டு
வீதி விம்முகிறது
போர் என்றால் எல்லாமும் இருக்கும்தான்

3) மயிலுக்குத் தோகை
உனக்கு உன் நிழல்
நீ நிழல்விரித்தாடியது போல்
கனவு கண்டேன்
உன் நிழலுக்கு ஆயிரம் கண்கள்

4) இப்போதுதான் கவனித்தேன்
என் நிழலை...
காலில் கொலுசும்
தலையில் மல்லிகைப்பூவும்
இருக்கிறது என் நிழலுக்கு
நீயும் உன் நிழலைக் கவனித்தாயா
என் விறைப்பான உடுப்பின்
விளிம்புகள் அதில் தெரிகிறதா
வேறொன்று மில்லை பௌர்ணிகா
நேற்றிரவு நம் கலவியின் போது
நிழல் மாறிப்போயிருக்கிறது

✪

மச்ச புராணம்

1) தண்ணீரில் நீந்தும்போது
நான் மீனாகிறேன்
என் உடம்பில் செதில்கள்
முளைக்கின்றன
வாலை அசைத்து நீந்தும் கோணத்தை
அடிக்கடி மாற்றிக்கொள்கிறேன்
நம்பவில்லையானால்
நீங்களும் என் நினைவில் குதியுங்கள்
தமிழ் எழுத்துகளை
செதில்களாகக் கொண்ட ஒரு மீனை
அங்கு நீங்கள் பார்ப்பீர்கள்

நீரில் நான் எழுதுவது
அத்தனை அழகாக இருக்கும்
நான் நீந்திக்கொண்டே
நிர்ப்பரப்புவரை குமிழ் குமிழாக
என் உதடுகளால் ஒப்பமிடுவேன்
அதைப் பார்த்த பிறகும்
நீங்கள் என் கூற்றை
நம்பாமல் இருக்க முடியாது

2) எப்படியோ
 ஒரு நீராலான வீட்டை நான்
 கட்டுவேன்
 அதில் என்னோடு வாழ
 மீன்களைக் கூட்டிவருவேன்
 கொஞ்சம் கொஞ்சமாக
 அவற்றிற்குப் பேசவும்
 கற்றுக் கொடுத்துவிடுவேன்
 பிறகென்ன
 நீரெல்லாம் சொற்கள் நீந்தும்
 வீடு என்னுடையது
 என் மனைவி மீன்
 என் வீட்டுக்கு வருவோர்க்கெல்லாம்
 ஒரு குவளைச் சொற்களை
 கொடுத்து உபசரிப்பாள்
 தொட்டுக்கொள்ளக் கூடவே
 கொஞ்சம் கனிவும் அன்பும்.

●

காலத்தைப் பழக்குதல்

நகராட்சிப் பூங்காவின்
கல் இருக்கையில் அமரவைத்துவிட்டு
போனான்.
அவனுக்காக வெகுகாலம் காத்திருந்தேன்
பூங்கா இருந்த இடத்தில் அருங்காட்சியகம்
வந்துவிட்டது
டைனோசரின் எலும்புக்கூடாக
அங்கும் நான் காத்திருந்தேன்
பிறகு பொறுமை இழந்து
காலத்தால் பின்னோக்கி நடந்து
டைனோசர் யுகத்துக்கு
வந்தவிட்டேன்
பருவச் செழிப்போடு வலம் வரும்
ஒரு பருத்த டைனோசராக
நானிருக்கும் போதே
நீ வந்து என்னைப் பார்த்துவிடு நண்பா
இன்னும் கொஞ்சம்
பின்னோக்கிப்போய்
நானொரு டைனோசர் முட்டையாகிவிட்டால்
நீ கூப்பிடும் குரல்
எனக்குக் கொஞ்சமும் கேட்காது.

❂

புள் இருஞ்சோலை

1) உன் பார்வைதான் எனக்குப்
பாதை போட்டுத் தருகிறது
காற்றில் மிதக்கும்
வண்ண வண்ண நீர் வளையங்களை
தொட்டு விளையாடிக் கொண்டு
அந்தப் பாதையின் மீதுதான்
நடந்து வருகிறேன்

தடாரென்று பார்வையைத்
திருப்பிக் கொள்கிறாய்
நழுவி ஓடும் நீர்வளையங்களின் மீது மோதிக்
கீழே விழுகிறேன்
என் உடம்பின் வலப்புறம்
இடப்புறத்திடம் கோபித்துக்கொள்கிறது
எல்லாம் உன்னால்தான் என்று

எதிரே தத்தித் தத்தி நடந்துவரும்
பெங்குவின் பறவை ஒன்று
என்னைப்பார்த்துச் சிரித்துவிட்டது
ஒரு பறவையின் சிரிப்பைவிட
நம்மை அவமானப்படுத்துவது
வேறெது

2) செம்பழுப்பு நிற துயரங்களும்
அடர்மஞ்சள் நிற மகிழ்ச்சிகளும்
தினமும் என்னை வந்துச்
சந்தித்த வண்ணம் இருக்கின்றன
அவற்றின் விருப்பங்களும்
புகார்களும் என்னை அலைகழிக்கின்றன
ஆனால்,
இன்று என் வாசலில் வந்து
நிற்பதோ
அடர்மஞ்சள் இறகுகளோடு
ஓர் அழகிய செம்பழுப்பு நிறப் பறவை
அது இறகில் அலகைக்
கூர்தீட்டும் அழகை
என்னை மறந்து பார்த்துக்கொண்டிருக்கிறேன்

3) சிறு செடியின் அருகில்
ஒரு தேன் சிட்டு தினம் வந்தமர்ந்து
கீச்... கீச்... என்று பேசிக் கொண்டிருக்கும்
இன்று சிட்டுவரவில்லை
கீச்... கீச்.... மட்டும் கேட்கிறது
சிட்டின் மொழியை இவ்வளவு சீக்கிரம்
இந்த சிறுசெடி கற்றுக்கொள்ளும் என்று
நான்கூட நினைக்கவில்லை.

✪

சம்மதம்

அனல் பூத்துக் கொந்தளிக்கும்
ஒரு வரியை
குறுக்கே போட்டுத் தாண்டினால்தான்
நம்புவாய் என்றால்
அதற்கும் சம்மதம்தான்.
✿

ஆரஞ்சுப் பிறை

என்னிடம் என்ன கோபம்
இந்த இரும்புக் குதிரைக்கு
துருக்கள் துடிக்க துடிக்க
என்னிடமிருந்து விலகி ஓடுகிறது

இரும்புச்சத்து கூடுதலாக இருப்பின்
வேகமாக ஓடலாமென்ற
மருத்துவக்குறிப்பை
தவறாகப் புரிந்து கொண்டு
இரும்பாகவே மாறிவிட்ட குதிரை அது
நான் என்ன பந்து மட்டை ஆட்டத்தின்
கள ஆட்டக்காரனைப் போல
குற்றங்களைக் குறுக்கே விழுந்து
தடுக்காவா முடியும்?

துருக்கள் எல்லாம் சரிந்த பின்னும்
அகாலத்தின் மீது அரூபமாக அந்தக் குதிரை
ஓடிக்கொண்டிருக்கிறது
அடிவானத்து ஆரஞ்சுப் பிறை
அதற்குக் கேரட்டாக தெரிந்தால்
நானென்ன செய்வது

பொழுதொடு புணர்தல்

1) நாள்பட்ட மௌனம்
   கட்டியாக வளர்ந்து
   சீழ் பிடித்துவிட்டது
   சில வார்த்தைகளைக் கசக்கிக்
   கட்டினால் கட்டி வதங்கிடும் என்றார்
   வார்த்தைச் சித்தர்
   ஓலைப்பெட்டியைத் திறந்து
   ஐந்தாறு சொற்களை எடுத்து
   என் கைகளில் போட்டார்
   உள்ளங்கையில் வைத்துக் கசக்கினேன்
   முதலில் கஞ்சா வாசனை வந்தது
   இன்னும் கொஞ்சம் அழுத்திக் கசக்கினேன்
   அப்படியே உன் அல்குல் வாசனை

2) சரியாக நள்ளிரவு
பன்னிரண்டு மணியாக இன்னும்
சில மணித்துளிகள்
ஞாயிற்றுக் கிழமையில்
சரிபாதி உடலையும்
திங்கள் கிழமையில்
சரிபாதி உடலையும்
நீட்டிப்படுத்திருந்தாள் அவள்
ஞாயிற்றுக்கிழமையில்
ஆரம்பித்த முத்தத்தை
திங்கள் கிழமையில்
முடித்துக்கொண்டான் அவன்
ஞாயிறும் திங்களும் கூடுமிடத்தில்
மலர்ந்திருந்தது
ஒரு சூரிய சந்திரிகை.

❂

அழுகையின் மூடி

வாயை மூடிக்கொண்டு
அழச்சொல்லி
குழந்தையை மிரட்டுகிறாள்
அதன் தாய்
அதன் சின்னஞ்சிறு கைகளால்
மூடமுடியாத அளவுக்குப்
பெரியதாக இருக்கிறது அழுகை

பெரியவர்கள் என்றால்
ஒன்றுமில்லாத ஒரு வார்த்தையை வைத்து
பெருந்துரோகத்தைக் கூட
மூடிவிடுகிறார்கள்
பாவம் குழந்தை இரண்டு கைகளாலும்
வாயைப் பொத்திக் கொண்டு அழுகிறாள்

பொறுக்கமுடியாத தாய்க்காரி
குழந்தையை அள்ளி
அதன் இதழ்களில் இதழ் பொருத்துகிறாள்
ஓர் அழுகையின் ஜாடிக்கு
எவ்வளவு அழகான மூடி....

❂

மாயக்கோடுகள்

1) பௌர்ணமி ஒளியின் உக்கிரத்தில்
கடலலைகள் பொங்கிப்பிரவகித்தன
கடற்கரை மணலில்
அட்சமும் தீர்க்கமும்
சர்ப்பங்கள் போல் நெளிந்தன
சற்றைக்கெல்லாம் தங்களுக்குள்
பிணைந்து கொண்டன
கடற்கரை மணலெங்கும்
கலவிவாசனை
நிலாவைக் கையில் வாங்கிப்
பறையடித்தான் மன்மதன்

2) அட்ச ரேகையில்
காலதடுக்கி விழப்போனவனை
நண்பா பார்த்து நட என்று அக்கறையில்
எச்சரித்தேன்
சற்றுத் தொலைவில் ஓர் இளைஞன்
அட்சமும் தீர்க்கமும்
ஊடி உருவான கண்ணியில்
காலைச் சிக்கிக்கொண்டு
நகராமல் நின்று தவித்தான்
என்னவென்று பார்த்தால்
எதிர்முனையில்
கண்ணிகள் மேல் லாவகமாக கால் பதித்து
அசைந்து அசைந்து சென்றாள் ஆரணங்கொருத்தி
நாமவனை ஒன்றுஞ் செய்ய முடியாது.

✪

தேர் வலம்

நிலாப் பிறைகளை
நன்றாக நீரில் அலசி
பிறைமலர்த் தேர் ஒன்றைச்
செய்து கொண்டிருந்தேன்
தேரின் அழகில் மயங்கி
கைநிறைய வானவில் புழுக்களை
எனக்கு பரிசளித்தாய்
பதினாறு வானவில் புழுக்கள்
இழுத்துச் செல்லும்
பிறைமலர்த்தேரில் அமர்ந்து
நீயும் நானும் பறப்பதை
நீயும் நானுமே பார்த்துக் கொண்டிருக்கிறோம்

தேர் தொலைவு வானில்
சென்று மறையும் வரை
காத்திருந்து விட்டு
எங்கே நழுவிச்செல்கிறாய் பௌர்ணிகா
தேர்திரும்பிவந்து உன்னை
இறக்கி விடும்வரை
நீ எங்கேயும் போக முடியாது
எத்தனை யுகமானாலும் சரி....

◉

சுவர்

1) உனக்கும் எனக்கும் இடையில்
ஒரு சுவர் இருப்பதாய்
நம்பிக்கொண்டிருக்கிறோம்
இந்த அதிகாலையில் இருவரும்
ஒருவரை ஒருவர் இறுகத் தழுவியபடி
படுத்திருக்கிறோம்

எப்போது நொறுங்கியது அந்தச் சுவர்
இருவரும் திடுக்கிட்டு எழுந்துவிட்டோம்
நம் பயமும் படபடப்பும் கலந்து
மீண்டும் உருவாகி விட்டது அந்தச் சுவர்.
சுவற்றுக்கு இந்தப்பக்கமும் அந்தப்பக்கமும்
பதற்றமாய் போய் வருகிறோம்
சுவர் நம்மை தடுக்கவே இல்லை.

2) கதவுகளைத் திறப்பதென்பது
உண்மையில் சுவர்களைத் திறப்பதுதான்
மூடி இருக்கும் சுவர்கள்தான்
என்னைக் கைதொட்டு நடக்கவும்
பேனா பிடித்து எழுதவும் பழகின
இளம் வயதில் எல்லாப் பாடங்களையும்
சுவர்களிடம்தான் ஒப்பிப்பேன்
மறந்துவிட்டால் அதில்தான்
முட்டிக்கொள்வேன்
துயரங்களின் கைகள்
என் கழுத்தை நெறிக்கும் போதெல்லாம்
சுவர்மீது சாய்ந்து அழுவேன்
அதன் குளிர்ச்சி முதுகுவழி இறங்கி
என்னை அணைத்துக்கொள்ளும்
புணர்ச்சி விரும்பாத வாடிக்கையாளனை
ஒரு பரத்தை அணைப்பதைப்போல....

✿

மலை வளர்த்தல் – சில குறிப்புகள்

1) தரையில் விழுந்து
பூமியை முத்தமிட்டேன்
சிறு கல் ஒன்று என் உதட்டில்
தைத்துவிட்டது
என் உதிரத்தில் நனைந்து
அது சிவந்து விட்டது
பிறகு கல் வளர்ந்து மலையானது
உதிர மலை —

உதிரத்தின் நெடியறிந்து
கழுகுகள் கூட்டமாக அதில் வந்து
அமர்ந்தன
கழுகுமலை —

மலையின் மீது செந்நாகமென
சீறிப்பாய்ந்த வெய்யில் பாம்புகளை
கழுகின் நிழல்கள் கொத்தின
நாகமலை —

நாகமலையின் உச்சியில் நின்று
குழலூதுகிறேன்
பஃறுளி ஆறு முதல்
பரவனாறுவரை பதினாறு ஆறுகள் ஓடிவருகின்றன.
மலை உச்சியை நோக்கி.

2) கடற்கரையில் இருந்து
வந்தபோது
மணல் மணலாகக் காற்று
என் உடையில் ஒட்டிக்கொண்டு
வந்துவிட்டது
நான் தூங்கிய பிறகு
கண் விழித்த மணல் ஒன்று
வளர்ந்து மலையாகிவிட்டது
கூரையில் இருந்து சொட்டிய
நீர்த்துளி ஒன்று மலைமீது விழுந்து
நீர் மரமாக வளர்ந்துவிட்டது
காலையில் எழுந்து
அவற்றைக் காண்பதற்கு
ஆர்வமாகத் தேடினேன்
ஜல விருட்சத்தைச் சுமந்துகொண்டு
மலை எங்கேயோ போய்விட்டது.

O

எல்லிப்பழம்

1) எல்லாரையும் போலவே
   எனக்குள்ளும் ஒரு சூரியன் இருக்கிறது
   ஆனால் அது
   பஞ்சுமிட்டாய் போன்ற
   ரோஸ் நிறப் பிழம்புடன்
   என் அடிமனத்தில் உரசி உரசி
   தித்திப்பைத் தந்து கொண்டிருக்கிறது
   என் சுவை மொட்டுகளின் மேல் சுழலும்
   சொற்களின் இசைத்தட்டுகள்
   அந்தத் தித்திப்பின் பாடலை
   வானதிர இசைக்கின்றன

2) இதுவரை என்னைச் சுமந்துவந்த
   இருளின்
   கன்றிச்சிவந்த தோளில் இருந்து
   கொப்புளம் போல்
   எழுந்து வருகிறது என் சூரியன்

3) எல்லாக் குழந்தைகளும்
   சூரியனை
   விரித்த தலையோடு
   வரைந்து கொண்டிருக்கையில்
   என் மகன் மட்டும்
   அழுந்த வாரிய தலையோடு
   ஒரு சூரியனை வரைந்து காட்டினான்
   அந்தக் காகிதத்தின் மேல்
   வெயில் வெகுநேரம்
   விழுந்து விழுந்து சிரித்துக் கொண்டிருந்தது.

4) இரவு முழுக்க நன்றாக
குடித்திருக்கிறது சூரியன்
காலையில் கடற்கரையில் அமர்ந்து
அதனோடு பேசி இருந்துவிட்டு
எழுந்து நடந்தேன்
பின்னாலேயே ஓடிவந்து
என் தோளில் சாய்ந்துகொண்டு
அழுதது
போதையில் தள்ளாடும் சூரியனோடு
நான் தெருவில் நடந்து போனால்
பார்ப்பவர்கள்
என்னையுமல்லவா
குடிகாரன் என்று நினைப்பார்கள்

5) காலை என்பது
ஒரு தராசுத்தட்டு
மாலை என்பது
ஒரு தராசுத்தட்டு
சரியாக நிமிர்ந்து நிற்கிறது
நண்பகல் என்னும்
சூரிய தராசு முள்
காலையின் தராசுத்தட்டில்
உன் நினைவுகளைக் கொட்டினேன்
எடைக்கு எடை
பொன்னை அளந்து
என் எதிரில் கொட்டுகிறது
சூரியன்.

✿

நிருதன்

தன் மீது விழும்
எல்லா பிம்பங்களையும்
நினைவில் வைத்திருக்கிறது தண்ணீர்
ஆனால்
என் பிம்பத்தை மறந்துவிட்டதாக
என் நண்பனிடம் நேற்று
சொல்லி இருக்கிறது
வேறொன்றுமில்லை
விரிந்து கிடக்கும் நீர்ப்பரப்பை எல்லாம்
மடித்து மடித்து
சட்டைப்பையில் வைத்துக்கொள்ளும்
நீர் அரக்கனின் கதையை
அதனிடம் சொன்னதற்காக
என் மீது வருத்தமாக இருக்கிறது.

●

ஓரிதழ் பூ

நிழல் என்னும் இதழ் கொண்ட
ஓரிதழ் பூ நான்
என்னைச் சூடிக்கொள்ள சம்மதமா

மறதி

1) என் ஞாபகத்தை
    அவசர அவசரமாக
    உன் மறதியைக் கொண்டு மூடுகிறாய்
    ஆனாலும் நீ நினைத்தது போல்
    முழுதாக மூட முடியவில்லை

    உயரத்துக்குப் போதாத
    போர்வையைக் கொண்டு
    உடலை மூடுவது போல
    கால்களை மறைத்தால்
    தலை தெரிவதும்
    தலையை மறைத்தால்
    கால்கள் தெரிவதும் என்று
    அல்லாடுகிறாய்.
    உண்மையில்
    சிறிய மறதியைக்கொண்டு
    பெரிய ஞாபகத்தை மறைப்பது
    படாத பாடுதான்

2) நான் தொலைத்த பொருள்களை
நினைவில் வைத்துக்கொள்வதில்லை
நான் தொலைத்த பொருள்களும்
என்னை நினைவில் வைத்துக்கொள்வதில்லை
ஆனால்
மறதியைத் தொலைத்தது
எனக்கு மறக்கவில்லை
வெகு நாள்களுக்கு பிறகு
மறதியைச் சந்தித்தேன்
ஞாபகத்தின் சட்டைகளை
அணிந்துகொண்டு
ஞாபகத்தைப் போலவே
வாழ்ந்து வந்தது மறதி

மறதியைக் கண்டதும்
என் கவலைகள் எல்லாம்
ஓடிப்போய்
அதன் கால்களைக் கட்டிக்கொண்டன
என் கவலைகளை இனி
மறதி பார்த்துக்கொள்ளும்.

✿

கூத்தரங்கம்

இவ்வளவுக்கும் தீராத வாழ்வை
சின்னச் சின்ன
கண்ணீர்த்; துளிகளுக்குள்
நுழைக்கிற வேலையைத்தான்
இன்றுவரை செய்துவந்தேன்
ஊதிப்பெருத்த கண்ணீர்ப் பொதிகளை
சுமந்து கொண்டு
நடனமிடும் என் கவலைகளே
என் கண்மணிகளே
உங்களோடு சேர்ந்து
நடனமிடுவேன்
கொதிக்கும்
உலை அரிசியைப்போல
அல்லது
குதிக்கும் புகைபோக்கியின் மூடியைப்போல...

❈

காட்சி தந்த லிங்கம்

கூடையில் பூக்கள் காலியாகிவிட்டன
பூசையைப் பாதியில் விடலாமா
ஒவ்வொரு விரலாகப் பிய்த்து
லிங்கத்தின் மீது வீசினார்
பத்தாவது விரலையும் எறியும்போது
இறைவன் தடுத்தாட்கொண்டார்
விரலெறிந்த நாயனார் என்ற 64வது
நாயனாரும்
உடனுறை காட்சிதந்த லிங்கமும்
அன்றிலிருந்து எங்களூரில் அருள் பாலிக்கின்றனர்....

✺

முடிவிலி வட்டங்கள்

1) தொண்ணூறு வயது மரத்தை
சாலையை அகலப்படுத்தும்போது
வெட்டினார்கள்
ஒவ்வொரு டிகிரி கோணமாக
சாய்ந்து விழுந்த மரம்
பூமியைத் தொட்டபோது
அதன் கோணஅளவு சுழியம்

சுழியன் சுழியனாக
அந்த நால்வழி சாலையில் ஓடும்
வாகனங்களின் சக்கரங்கள்
அதன் விதைகள்தான்

2) மையத்தையும் வட்டத்தையும்
இழுத்துப்பிடிக்கும்
ஆரக்கோடுகள் அறுந்துவிட்டன
முடிவின்மையை நோக்கி
வட்டம் பெரிதாகிக்கொண்டே செல்கிறது
அந்த வட்டத்தை யாராவது
சமாதானப்படுத்துங்கள்
பிரபஞ்சத்துக்குள் என்றால்
பரவாயில்லை
பேசித்தீர்த்துக்கொள்ளலாம்
அதையும் தாண்டிவிட்டால்
என்ன செய்வது
மேலும்
கடவுளைவிட அந்த வட்டம்
பெரிதாகி விட்டால்
அந்தப் பழி மையத்தின் மேலல்லவா
விழும்

✿

கனிச்சாறு

1) ஆரஞ்சுப்பழத்தின் சுளையை
என் நாவு கட்டிக்கொண்டு
புரள்கிறது
அதன் சுவை என்ற குழந்தை
என் நாவின் மடியில் தவழ்கிறது
மேலண்ண சுவர்களில்
ஒட்டிக்கொண்டு
சப்புக்கொட்டும் போது தான் தெரிகிறது
அது குழந்தை அல்ல பல்லி என்று
சுவை அரும்புகள் மொத்தமும் மலர்ந்து
துண்டு பூச்சரமாகிறது நாவு
குடலுறிஞ்சிகளே
கொஞ்சம் கூச்சலிடாமல் இருங்கள்
பளிங்கு லிங்கமென
அமர்ந்திருக்கும் பற்களுக்கு
இது அபிஷேக வேளை
புஷ்பம் சமர்ப்பியாமி...

சாறும் சமர்ப்பியாமி...

2) இளைப்பாறுதல் வேண்டித்தவிப்போரே
என்னிடம் வாருங்கள்
களைப்புற்றிருக்கும் உங்களுக்குத் தர
என்னிடம் ஒரு கனி இருக்கிறது
அதன் சுளைகள் மாம்சத்தாலும்
அதன் தோல் வார்த்தைகளாலும் ஆனது
உலகிலேயே மென்மையான கனி அது
ஆனால் அதை உரிப்பதற்கு
மென்மையான விரல்கள்தான்
வேண்டுமென்பதில்லை
அந்தக் கனியை தொட்டவுடன்
உங்கள் விரல்கள் அப்படியாக மாறிவிடும்

என்ன கேட்கிறீர்கள்
இந்தக்கனி ஏன் இத்தனை ருசிக்கிறது என்றா
உங்கள் பற்களில் அறைபடுவது
அந்தக் கனியின் அலறல்
நீங்கள் சாறாக கூட்டி விழுங்குவது
அதன் உயிர்..

✿

கணவன் மனைவி

1) வரிசையில் இருந்த வீடுகளை
மாற்றிவைத்து சதுரங்கம் ஆடினர்
கணவனும் மனைவியும்
காய்களை நகர்த்தும்போது
குலுங்கியதில்
தொட்டில் குழந்தை ஒன்று
விழித்துக் கொண்டது
அரவம் கேட்டுத் தாய்விழிக்குமுன்
குழவியை அள்ளி
அமுதூட்டி அடக்கினாள் உண்ணாமுலை
ஆட்டம் மீண்டும் தொடர்ந்தது
உறவுக்காக யாமத்தில்
கண்விழித்த இணைகளுக்கு
போலி உச்சத்தை அருளினான் திரிசடை
களைத்து அவர்கள் உறங்கியதும்
ஆட்டம் மீண்டும் களைகட்டியது
எப்போதும் போல்
தான் தோற்றதாய் நடித்தாள் மனைவி
அதை அறியாததுபோல் நடித்தான் கணவன்
இன்னும் உறங்குவது போல் நடித்தன வீடுகள்

2) எனக்குப் பெண் மனசு
மனசுக்குத் தெரியாமல்
தவறு செய்தாலும் செய்வேனே அன்றி
மனமறிந்து தவறு செய்யமாட்டேன்
என் மனத்திற்கு எல்லாவற்றையும்
நான்தான் பார்த்துப் பார்த்து செய்கிறேன்
சோர்ந்திருக்கும் போது நீராட்டுவது
உடைந்திருக்கும் போது
நகைச்சுவை பசைகொண்டு ஒட்டவைப்பது
என்று எல்லாமே என் வேலைதான்
ஒருநாள் தலைவாரி பூச்சுட்டிப்
பொட்டுவைக்க
முகத்தைத் திருப்பிப் பார்க்கிறேன்
அப்படியே செங்கழுநீர் அம்மன் முகம்
என் மனத்திற்கு

✦

பாய் திரைப் பரவை

1) வெண்பனித் துகள்களென
விரிந்து கிடக்கிறது
கடற்கரையின் மணல் படுகை
அதன் சில்லிட்ட துளைகளில்
நண்டுகளின் நடனம்
ஓதப்புணர்ச்சியில் பொங்கிய
நினைவுகளில்
அலை ஜரிகை நெளியும்
நிலப்புடவையை
மர்மச்சிரிப்போடு
சரிசெய்து கொள்கிறாள்
சமுத்திர மங்கை
காலையின் கோப்பையில்
ஒளியின் தேநீரோடு
அவள் காலடியில்
வந்து நிற்கிறான் சூரிய சிப்பந்தி
கடலே உன் வாழ்வுதான்
பெருவாழ்வு

2) உப்பு வலையால்
கடல் நீரைச் சிறைப்பிடித்தவனைப்
பற்றிய சரித்திரக் குறிப்புகள்
ஆழ்கடல் மலைப்பாதையில்
காணப்படும் கல்வெட்டில் இருக்கின்றன
அதை இன்றுவரை யாரும் சென்று
படிக்கவில்லை

3) மனத்தைத் துண்டிலில் மாட்டிக்
கடலில் வீசினேன்
கவ்விக் கொண்டது கடல்
இவ்வளவு பெரிய நீல மீனை
இழுத்துக் கரையில் போட
என் தோள்வலி மட்டும் போதாது
எல்லாரும் சேர்ந்து கைகொடுங்கள்
ஏலேலோ ஐலசா...
ஏலேலோ ஐலசா....

சொற்கிழி

1) பகல் மீது பகலை அடுக்கித் தைத்து
ஒரு கையேட்டை செய்துவிட்டேன்
குடுவையில் சேகரித்து வைத்திருந்த
இரவுகளை தொட்டுத் தொட்டு
நானெழுதிய கவிதைகளைத்தான்
நீங்கள் இப்போது படிக்கிறீர்கள்

பகல்களை புரட்டிப் புரட்டி
நீங்கள் படிப்பது இரவுகளைத்தான் என்றாலும்
என் பகல்களைத் தொட்டுத்திருப்புகிற
சூரியன்கள் உங்கள் விரல்கள் அல்லவா

இப்படியே நீங்கள் இத்தொகுதியின்
கடைசிக் கவிதை வரை படித்து முடித்ததும்
உங்கள் அன்புக்கு வெகுமதியாக
என் வரிகளை ஒவ்வொன்றாக வளைத்து
உங்கள் விரல்களில்
மோதிரமாக அணிவிக்க எனக்கு ஆசை...

2) உதாரணத்திற்கு என்னை ஒரு
காகிதம் என்று வையுங்கள்
என்னை கிழிக்கும்போது வெளிவரும்
சத்தம் கூட கவிதையாகத்தான் இருக்கும்.

3) நான் எழுத எழுத
காகிதத்திற்குள்ளேயே
மூழ்கி விடுகின்றன எழுத்துகள்
அல்லது
எழுத்துகள் அமர்ந்திருந்த
அடிக்கோட்டை
யாரோ உருவியதுபோல
பொலபொலவென உதிர்ந்து விடுகின்றன
பிறகு கையில் இருக்கும்
வெற்றுக்காகிதமும் தன்னைத்தானே
கிழித்துக்கொள்கிறது
நீயே சொல் நிக்கனேர் பர்ரா
இப்படியே போனால்
நான் எப்போதுதான் மேம்படுத்துவது
வெற்றுக் காதிதத்தை.

4) கவிதை என்பது
வெற்றுக் காகிதத்தில் மலரும்
வினோதப் பூ
அதன் ஒவ்வொரு அடுக்கிலும்
வெவ்வேறு வாசனைகள்
சுரோனிதத்தைப் போல
சுரக்கும் அதன் மதுவில்
மூழ்கிக்குளிக்க விரும்பி நான்
காற்றாக மாறினேன்.

காத்திருந்த வினோதப் பூவைக்
கட்டியணைத்து முத்தமிட்டேன்
என் கொதிக்கும் முத்தத்தில்
அதிர்ந்து கொண்டிருந்தது
அதன் அல்லிவட்டம்.

தெரியாது

மேசையிடம் கேட்டேன்
உன் பெயர் என்ன என்று
அது தன் பெயரை மறந்துவிட்டிருந்தது
நாற்காலியிடம் கேட்டேன்
அதுவும் மௌனமாக இருந்தது
பேனாவிடமும் பூவாளியிடமும்
நினைவுப் பொருட்களிடமும்
கேட்டுக் கேட்டு சலித்துவிட்டேன்
எல்லாமே அதனதன் பெயரை
மறந்துவிட்டு
காது கேளாதது போல் பாவனை செய்தன
அன்றிரவு எல்லா பொருட்களும்
என் கனவில் வந்து
உன்பெயர் என்ன என்று
பதிலுக்கு கேட்டன
நான் கோபத்தில்
தெரியாது என்று சொன்னேன்
இன்றுவரை என்பெயரை
அவைகள் "தெரியாது"
என்றுதான் நினைத்துக் கொண்டிருக்கின்றன.

✺

பரவசம்

ஜன்னல் வழியே நாம்
வானத்தைப் பார்க்கிறோம்
என்ற பரவசத்தை விட
ஜன்னல் வழியே
வானம் நம்மைப் பார்க்கிறது
என்பதுதான் அதிக பரவசமாயிருக்கிறது.....

❂

இரவுகள் உறங்குவதில்லை

1) வெளியூரில் இருக்கும்
நண்பனின் வீட்டில்
இரவு தங்கும்படி ஆகிவிட்டது
மாலை கடந்ததும்
எனக்கு ஒதுக்கப்பட்ட அறையில்
வந்து நிரம்பியது
ஒரு புதிய இரவு
இரவு முழுக்க எனக்கு
தூக்கமே வரவில்லை
பழக்கப்படாத அறை
என்பதால் அல்ல
பழக்கப்படாத இரவு என்பதால்.

2) மழைவானிடை சூரியன் தொலைந்த
ஒருநாளில் தோன்றிய காலை
இரவுவரை காலையாகவே இருந்தது
அந்த காலையையே
மூன்றாகப் பகுத்து
காலை மதியம் மாலை என்று
நானாகவே அழைத்துக் கொண்டேன்
ஓர் இரவில் இருந்து இன்னோர்
இரவுக்கு நேரடியாகச் செல்லவிரும்பும்
எனக்குக் குறுக்கே வந்துநிற்கும்
பகலைக் கண்டால் வெறுப்புதான்
ஆயின், கார்கால பகல் மீது நான்
கோபப்படுவதில்லை
ஏனெனில்
பகல் மீது கருப்புவர்ணம் பூசி
இரவாக்கும் கலையைக்
கற்று வருகிறேன்
இதுபோல் குளிர்ந்த பகல் என்றால்
வர்ணமடிப்பது எளிது...

✪

என்னை நானே

1) நான் என்னுடன் இருந்த
ஒரு தனிமைப் பொழுதில்
சட்டெனத் திறந்துகொண்டது
ஒரு ரகசியப் பூ
அதிலிருந்து வெளிவந்த தேவதை
சிறு குழந்தையாக என்னைக்
கைகளில் ஏந்தி வந்து
என்னிடம் கொடுத்துவிட்டுப் போனாள்
அன்றிலிருந்து நான்தான்
என்னை வளர்த்துக் கொண்டிருக்கிறேன்
வேறு யாரை நம்பி
என்னை விடமுடியும் சொல்லுங்கள்

2) கோபமாக ஈருருளியை
எடுத்துக்கொண்டு கிளம்பினேன்
மேம்பாலத்தில் ஏறும் நேரம் ;பார்த்து
அதுவும் நின்றுவிட்டது
சரிதான்
மனிதர்களைத் தொடர்ந்து
இயந்திரங்களும் என்னை
கைவிடத் தொடங்கி விட்டன
அறைக்குத் திரும்பியதும்
கரகரப்பான அன்போடு

என்னிடம் பேசும்
மின்விசிறிகூட இன்று
பேசவில்லை
படுக்கையில் விறைப்பாகப்
படுத்துக்கொண்டேன்
பிறகு என்னிடம் நானே
மெதுவாகப் பேச்சுக் கொடுத்தேன்
பிறகு கொஞ்சிக் கொஞ்சி
என்னை நானே
இளகச்செய்தேன்
இளகி ஓடும் என்நதிமீது
அமர்ந்து செல்கின்றன
சின்னச் சின்ன கிளாரிடோ பறவைகள்....

3) மனைவியின் அலைபேசி எண்களை
உள்ளங்கையில் மாத்திரைகள் எனக்கொட்டி
வாயிலிட்டுத் தண்ணீர் ஊற்றி விழுங்கினான்
மின்னாமினிகளாக அவனது
நியூரான் செல்கள் போதையில் மின்னின
அதே வேகத்தில்
தன் மனைவிக்கு அலைபேசினான்
'உங்கள் கணவர் கடத்தப்பட்டார்'
'அட நீங்கள்தானே என்கணவர்'
'ஆம் நான்தான் என்னைக் கடத்திவைத்திருக்கிறேன்'
'அப்படியானால் உங்களை நீங்களே
காப்பாற்றிக் பத்திரமாக வீட்டுக்கு
அழைத்து வந்து விடுங்கள்'

๐

ஆறுதல்

1) நான் முடிவெடுத்துவிட்டேன்
   தாளாத துக்கத்தில் நான்
   கட்டிக்கொண்டு அழ
   ஒரு கரும்பாறைதான் ஏற்றது என்று
   அதீத துக்கத்தில்
   ஒரு நாள் கரும்பாறையைக்
   கட்டிக்கொண்டு அழுதேன்
   என் முதுகெங்கும்
   மஞ்சள் நிற வண்ணத்துப் பூச்சிகள்
   வந்தமர்ந்தன
   ஒரு நாளாவது நீ எனக்கு
   இப்படி ஆறுதல் சொல்லி இருக்கிறாயா

2) தெருவில் எல்லாக் குழந்தைகளும்
   சுற்றுலா போனபின்
   தனியே அமர்ந்து
   விளையாடிக்கொண்டிருக்கும்
   தன் குழந்தையைப் பார்த்து
   ஒரு ஏழைத்தகப்பன் வெளிவிடும்
   ஏக்கப்பெருமூச்சை
   ஆறுதலாக நீவி விடுகிறது கோடை.....

๐

மழை ஓய்ந்த பிறகு

இரயில் பெட்டியில்
ஜன்னல் கம்பிகளில்
வரிசையாகத் தொங்குகிற
மழைத்துளிகளை
ஒவ்வொன்றாகத் தொடுகிறாள்
அவள் நிர்வாண விரல்களில்
கூச்சமாக நகர்கின்றன
மழைத்துளிகள்

மிருதுவாக

என் கண்களை
மிருதுவாக இமைகள்
தொட்டு விலகுகிற போதெல்லாம்
அதைவிட மிருதுவாக
என்னைத் தொட்டு விலகிய
உன்னை நினைத்துக்கொள்கிறேன்

கண்களை மூடி
அமைதியுறும் போதும்
வெளியே கேட்டுக் கொண்டே இருக்கின்றன
இமைப்பீலிகளின் கூச்சல்கள்...

o

மயங்கொலி

பெண்கள் ஒட்டிச்செல்லும்
வாகனங்களின் சக்கரங்கள்
சாலையை மிக மென்மையாக
தொட்டு உருள்வதை பார்க்கிறோம்
குறுக்கை விளக்குகளின் நிறுத்தத்தில்
விடுதலை கிடைத்ததும்
அழகாக குலுங்கி முன்செல்கின்றன
அவ்வாகனங்கள்
அவைகளை பின்தொடர்கிற
ஆண் வாகனங்களின் ஒலிப்பான்கள்
தங்கள் கரகரப்பான தொண்டையை
லேசாக செறுமிக்கொள்கின்றன...

○

வன்புணர்ச்சி விதி

கீழையூரில் கிடைத்த செப்புப்பட்டயத்தில் பொற்படாக தேசத்துத் தளகர்த்தன் தமிழ் மொழியைக் கடத்திக் கொண்டுபோய்ச் சித்திரவதை செய்த செய்தி பொறிக்கப்பட்டுள்ளது. எதிரியின் வதை முகாமில் தமிழுக்கு நடந்த சித்திரவதைகளைப் பட்டியலிடுகிறது அந்த செப்புப்பட்டயம்.

உயிர் எழுத்துகளில் ஊசி ஏற்றுவதும், மெய் எழுத்துகளை வன்புணர்ச்சி விதிகளுக்கு உட்படுத்துவதும், ஆய்த எழுத்துகளில் பாம்பை ஏவி முட்டை இடச் செய்து உச்சரிப்பைக் குழப்புவதும், ஒற்றெழுத்துகளின் நெற்றிப்பொட்டை அழித்து அவற்றை விதவைகளாக்குவதும் என்று குறைவு படாமல் தொடர்ந்தன சித்திரவதைகள்.

கற்குவை சேந்தன் என்னும் இளங்கவி பொற்படாகப் பேரரசியுடன் காதல் போர் புரிந்து பொற்படாக மொழியை தமிழுக்கு அடிமை என்று எழுதி வாங்கிய செய்தியும் அதே செப்பேட்டின் இறுதிப் பகுதிகளில் இருந்து உறுதி செய்யப்பட்டிருக்கிறது.

✺

பச்சையம்

1) அந்த மரம்
என் ரகசிய காதலி
என்னைக் கண்டதும்
அது தன்னை மறந்து
தன் பச்சையத்தை உதிர்த்துவிடும்
பச்சை வண்ணக் காற்றில்
நிறமற்ற அதன் இலைகள் அசையும்
நானதைக் கடந்து சென்றதும்
மீண்டும் பசுமையாகிவிடும்
அவ்வளவுதான் எங்கள் காதல்

2) தாவரம் என்பது மொழியின் மூத்தவடிவம்
விதை என்பது அதன் முதலெழுத்து
மண்ணுக்கு பேசத்தெரிந்த ஒரே
மொழியும் அதுதான்
மழைக்காலையில் எழுந்து
கொல்லைப் புறத்திற்குப் போனேன்
ஈரத்தரை எங்கும்
முளை விட்டிருந்தன
வேப்பம் முத்துகள்
மண் இவ்வளவு பச்சையாகப் பேசினாலும்
கேட்பதற்கு எவ்வளவு இனிமையாக
இருக்கிறது

பைத்தியம்

1) வெயிலை மொண்டு மொண்டு
கடலுக்குள் ஊற்றிக் கொண்டிருந்தான்
ஒரு பைத்தியம்
நண்பா எதற்காக இப்படி என்றேன்
கடலடியில் வெயில் குளிர்ந்து
நாளைக்கெல்லாம் பழமாக மிதக்கும்
எல்லோருமெடுத்துப் புசிக்கலாம் என்றான்

அவன் கண்சதையில்
மெத்தென்று உறங்கிய சீதளம்
என்னையும் அழைத்தது
நண்பா எனக்கும் ஒரு கை
வெய்யில் ரசம் கொடு என்று
வாங்கிக் குடித்துவிட்டு வந்தேன்

2) இந்தக் காலைக்கு பைத்தியம் பிடித்துவிட்டது
யாரிடமும் மரியாதை இன்றி
பின்புறத்தைக் காட்டிக்கொண்டு
நடந்து போகிறது
எங்கிருந்து எழுந்துவந்ததோ
தெரியவில்லை
அதன் பின்புறங்களில்
ஒட்டி இருக்கின்றன
அடை அடையாய் வெளிச்சங்கள்

பைத்தியக்காலையே
உன் காலை பிடித்துக் கேட்கிறேன்
நீ போய் மதியத்திற்குப் பிறகு
சாயங்காலமாக வாயேன்

✹

நடைப்பயிற்சி

அதிகாலையில் நான்
நடைப்பயிற்சிக்கு கிளம்பி விடுவேன்
அன்று வீதியில் இறங்கி
இருமருங்கும் பார்த்தேன்
கூடவர யாருமில்லை
தனியே நின்றிருந்த கட்டடத்தைத்
துணைக்கழைத்தேன்
அதுவும் புன்சிரிப்போடு
ஒப்புக்கொண்டது

கட்டடத்தைத் துணைக்கழைத்துப்
போவதில் என்னவொரு
சிக்கல் என்றால்,
கொஞ்சநேரத்திலேயே அதற்கு
மூச்சிரைத்துவிடும்
மூச்சுவாங்கி அதன் திரைச்சீலைகள்
துடிப்பதைப் பார்த்தால்
நமக்கே பாவமாக இருக்கும்
ஆனால் ஒன்று
ஒரே புள்ளியிலேயே நாங்கள்
நடந்து கொண்டிருப்பதால்
என்னுடன் கட்டடம் நடந்து வந்ததோ
நான் கட்டடத்துடன் நடந்து போனதோ
யாருக்கும் தெரியாது.

๐

இந்திர காளியம்

1) நானெல்லாம்
நதிகளை என் கிட்டார் கம்பியாகக் கட்டி
வாசிப்பவன்
ஆனால்
நதியின் பாதையில் இன்னமும்
கிட்டாராகக் கிடப்பவர்கள் மீது எனக்கு யாதொருக்
குற்றச்சாட்டும் இல்லை

நதிக்கென்ன
தன்பாதையில்
பாறை கிடந்தாலே தாளம் போடும்
கிட்டார் கிடைத்தால் கேட்கவா
வேண்டும்?

2) சொற்கள் வாயடைத்து நிற்கின்றன
அதன் வாய்களை
நான் அடைக்கப் பயன்படுத்தியது
சிறுசிறு ஒலி உருண்டைகளைத்தான்

என் கண்டிப்பை உணர்ந்து
சப்தங்களும் தலையைத்
தொங்கப்போட்டுக்கொண்டு
அறையை விட்டு வெளியேறிச்சென்றன
பிறகுதான் துவங்கியது
ஒலியற்ற காற்றில்
எடையற்ற இறகுகள் போல
நானும் சொற்களும் ஆடிய நடனம்
அமைதி என்பது எவ்வளவு அழகான இசை...

3) பேருந்தில் ஏறி அமர்ந்ததும்
புத்தகத்தை எடுத்து விரித்தேன்
ஒரு வரிகூட முழுதாகப் படிக்கவில்லை
காதுகளைச் சிறகாக்கி
தலைகளைப் பறக்கச்செய்யும்
பாடலொன்று மிதந்து வந்தது
பண்ணைப்புரத்து ராசா
என்னைக்கொஞ்சம் படிக்கவிடு
என்று கெஞ்சியபடி
மீண்டும் கண்களைப்
புத்தகத்தின் மேல் கவிழ்த்தேன்

ஒவ்வோர் எழுத்தின் மேலும்
இசையின் வானவில் கூடாரம்
கூடாரத்தை விலக்கிப்பார்த்தால்
ஒருக்களித்துப் படுத்து
இசையைக் கேட்டுக்கொண்டிருந்தன
எழுத்துகள்
வேறென்ன செய்வது
புத்தகத்தை மூடிவிட்டு
கண்களையும் மூடிக்கொண்டேன்
என் தலை பறக்கத் தொடங்கியது

4) அலட்சியம் என்னும் சர்க்கஸ் கோமாளியின்
கைகளில் என் ஐந்து புலன்களும்
ஐந்து பந்துகளாக வட்டப்பாதையில் சுழல்கின்றன
அமைதி என்பது எனக்கு உள்ளும் புறமுமாய்
இருக்கின்ற இரண்டு வயலின் கம்பிகள்
அவைகளை வெவ்வேறு அலைவரிசைகளில் மீட்டி
ராகங்கள் இரண்டை எதிரெதிரே
மோத விடுகிறேன்
நிகழவிருக்கும் இசைக் கேட்டிற்கு
அமைதிதான் பொறுப்பேற்க வேண்டுமேயன்றி
நானல்ல....

o

உயிரிசை

1) பலூனுக்குள் அடைபட்ட காற்று
மூச்சுத்திணறி இறந்துவிட்டது
குழந்தைக் காற்றை கொலை செய்த சிறுவனோ
செம்பருத்தி செடிக்கருகே
விளையாடிக்கொண்டிருக்கிறான்
தாய்க்காற்று பேரழுகையோடு
செடியை உலுக்குகிறது
சிதறும் செம்பருத்திப் பூக்களில் எல்லாம்
காற்றின் ஒப்பாரி

2) காற்று தன் கால்சராய் பாக்கெட்டில்
கையைவிட்டு
ஓர் இசையை எடுத்து என்னிடம் காட்டியது
அதனை வாங்கி முத்தமிட்டு
வானில் பறக்கவிட்டேன்
இசையின் நிழல் சென்றது
பூமியின் மேல் குழந்தை எனத்
தவழ்ந்து தவழ்ந்து...

3) எப்போதும் என் நண்பனுக்கு
சுவாரஸ்யமான கற்பனைகள்
தோன்றிக்கொண்டே இருக்கும்
நேற்று அவன் என்னிடம் கேட்டான்:
காற்று அசையாமல் நின்றுவிடவும்
உலகில் உள்ள பொருள்கள் அனைத்தும்
அசையவும் தொடங்கிவிட்டால்
எப்படி இருக்கும் என்று
காற்று எங்கள் உரையாடலைக் கேட்டு
திடுக்கிட்டு திரும்பிப் பார்த்தது...

4) பரபரவென்று காற்றைச் சீய்த்து
ஒரு பள்ளம் தோண்டினேன்
பள்ளம் ஆளளவு பள்ளம்
அதில் அவனைத் தள்ளி
காற்றை அள்ளிக் கொட்டிப்
புதைத்தேன்
மறுநாள் போய்ப் பார்த்தால்
புதைத்த இடத்தில் அவனைக்காணவில்லை
எங்கேயாவது போய்விட்டானா
அல்லது
புதைத்த இடம்
எங்காவது போய்விட்டதா

✪

ஒளி என்பது குறைந்த இருள்

1) ஒளியை எனக்கு
   மிகவும் பிடிக்கும்
   என் பொத்தல் குடிசையில்
   விழுது விழுதாக தொங்கும் ஒளியை
   பூனையின் கைகளால்
   ஆசையாகத் தட்டி விளையாடுவேன்

   உங்களுக்கும் என்னைப்போல
   ஒளியைப் பிடிக்குமா
   அப்படியானால் என் கண்களையும்
   உங்களுக்குப் பிடிக்கும்
   ஒளியின் சதைவடிவம்தான்
   என் கண்கள்

2) கை நிறைய
   வெளிச்சத்தை அள்ளினேன்
   விரலிடுக்கில்
   வழிந்தது போக
   மீதி வெளிச்சத்தை
   உன் நெஞ்சில் பூசினேன்
   சந்தனக் குளிர்ச்சி
   என் விரல்களுக்கு...

   ❁

முட்டை ஓடுகள்

1) என் நினைவுகளின் மீது
நடக்க நினைக்கிறாய்
உன் விருப்பங்கள் தவறானவை
முட்டை ஓடுகள் போல
பொறிந்து கிடக்கும்
என் நினைவுகளில் இருந்து
காலம் வெளியே பறந்துவிட்டது
வெற்று ஓடுகள் நிரம்பிய
என் நினைவுப் பாதையில்
நீ உன் பஞ்சுப் பாதங்களை
பதிக்கத்தான் வேண்டுமா

◉

காப்பி

1) நான் காப்பி அருந்துகிறேன்
என் உதடுகளுக்கும்
கோப்பை விளிம்புகளுக்கும்
இடையிலான உறவு
மிகவும் வெதுவெதுப்பான ஒன்று

காப்பிக்கொட்டையின் கசப்புக்கும்
சர்க்கரைத் தூவலின் இனிப்புக்கும்
இடையே உள்ள வெதுவெதுப்பின் மேல்
துழாவுகிறது என் நாக்கு

காப்பி என் உதடுகளையும்
நான் அதன் சுவையையும்
பண்டமாற்றிக் கொண்டோம்
காப்பி என்னைப் போலப்
பேசத் தொடங்கிவிட்டது
நான் காப்பியைப் போல
ருசிக்கத் தொடங்கி விட்டேன்

உங்களோடு பழகியது
ஒரு சுவையான அனுபவம்
என்று கைகுலுக்கி
விடைபெற்றுச் செல்கிறார் ஒரு சகபயணி

2) கடல் மீது பயணம் செய்கையில்
காப்பி அருந்தக்கூடாது
அப்படி அருந்தினாலும்
கடல் மீது சிந்தக் கூடாது என்பது
கடல் பயணவிதி

நீயோ கையிலிருந்த காப்பிக் கோப்பையை
சுடச்சுடக் கடல் மீது தவறவிட்டாய்
கடல் நீர் முழுக்கக் காப்பியாக
மாறிவிட்டது

இவ்வளவு காப்பியை அருந்துவதற்கு
அத்தனை பெரிய உதடுகளுக்கு
நான் எங்கே போவது
வயிற்றின் கொள்ளளவு என்று நீ
முனகுவது கேட்கிறது

இவ்வளவு பேசுகிறாயே
கடலில் கலக்கும் முன்
சிந்திய காப்பியை அள்ளி
கோப்பைக்குள் போடவாவது
தெரிந்ததா உனக்கு

✺

உலை அரிசி

தாகம் போல்
ஏதோ ஒன்று வருகிறது
அது தாகமாக இல்லை
மோகம் போல்
ஏதோ ஒன்று வருகிறது
அது மோகமாக இல்லை
உணர்வுகள் ஏன் என்னை
இப்படி ஏமாற்றுகின்றன
இத்தனைக்கும் நான்
உணர்வுகளுக்கு உண்மையாக இருக்கிறேன்

கோபம் வந்தால் கத்திவிடுகிறேன்
மோகம் வந்தால் செத்துவிடுகிறேன்
உணர்வின் தீ மூண்டு
என்னுள் உலை கொதிக்கும் போது
உலை அரிசியாக நானே
உள்ளே இறங்கி விடுகிறேன்....

o

நிலா

1) எங்கே போயிருந்தாய்
என்று என் சிறு மகளைக் கேட்டேன்
மொட்டை மாடிக்கு அம்மாவோடு
நிலா பார்க்கப் போயிருந்தேன்
என்றாள்
வாரி அணைத்து
அவள் இதழ்களில் முத்தமிட்டேன்
பால் வாசமடித்தது அவள் இதழ்களில்
நிலா என்பது
எல்லோர்க்கும் பொதுவான தாய்முலை

2) இரவெல்லாம்
குளத்தில் மிதந்த நிலவை
அள்ளி அள்ளி
வயிறுமுட்டக் குடித்துவிட்டேன்
அதிகாலையில்
சிறுநீராய் பிரிந்து
பூமியில் பரவுகிறது நிலவொளி

அகத்துறுப்பு

1) என் திமிர்தான்
என் அன்பின் காணிக்கை
அதை நீ மனமுவந்து ஏற்றுக்கொள்
எவ்வளவோ இரைச்சல்கள்
எவ்வளவோ குழப்பங்கள்
அவ்வளவில் இருந்தும் நான்
திமிரோடு எழுந்து வந்திருக்கிறேன்

என்ன சொன்னேன்
திமிர்தான் என் அன்பின்
காணிக்கை என்றா?
இல்லை... இல்லை...
அன்புதான் என் திமிரே
நான் மாபெரும் அன்பாளன்
அந்தத் திமிர் எனக்கு எப்போதும் உண்டு

2) துயரத்தின் பெருமலை மீது
சலிக்காமல்
நடந்து கொண்டே இருக்கிறேன்
எனக்கு முன்னே செல்லும்
நாளைய எனது பாதச்சுவடுகள்
கண்திறந்து அதிசயமாய்

என்னைப் பார்க்கின்றன
எனக்குத் தெரியும்
இந்த துயரத்தின் மலைக்கு அப்பால்
என்னை வாரி அணைத்துக் கொள்ளக்
காத்திருக்கிறது
ஓர் அன்பின் பள்ளத்தாக்கு என்று

3) அது செங்குத்தாகப் பெய்கிற
மழை அல்ல
கிடைவாட்டமாக பெய்கிற மழை
அன்பின் நீர்மை
அப்படித்தான் பொழிகிறது பூமியில்
கிடையாகப் பொழியும்
நீர்ச்சரங்களுக்கு இடையே
தரிச்சிட்டமாக ஓடி
ஒரு நீராடையை நெய்கிறேன்
வாழ்வின் வெப்பம் தாளாது
நீ என் பிரியத்தை நாடி வருகையில்
குளிரக்குளிர நானுனக்கு
அதை அணிவித்து நெகிழ்கிறேன்.

4) சப்பாத்திக் கள்ளியின்
பால்பச்சை விரல்கள் உன்னுடையவை
அதில் செழுங்கருமை நிறத்தில்
வளர்ந்திருக்கும் முள்கள் உன் அன்பு
நீ என்னை இறுக அணைக்கையில்
அன்பின் வலியில்
நான் அனைத்தையும் மறக்கிறேன்.

5) தலை குனிந்து நிற்கிறது அன்பு
அதன் மோவாயில் கைகொடுத்துத் தூக்கி
ஆறுதலாகச் சொன்னேன்
நீ செய்தது எதுவும் தவறில்லை
உன் பெயரால் செய்யப்படும்
எதுவும்கூட தவறில்லை
உன் தவறுகள் பரிசுத்தமானவை
நீ மன்னிப்பு கேட்க அவசியமில்லை என்றேன்.
ஆயிரம் இமைகள் மூடி
அமைதி கொண்டது அன்பு
அன்பெனப்படுவது சுடர்ந்தெரியும் இரத்தம்
அதன் ஒளி எல்லாவற்றையும்
புனிதப்படுத்திவிடும் அல்லவா

6) என் மீது உனக்கு அன்பு இல்லை
அக்கறை இல்லை
என்றெல்லாம் சொல்லமாட்டேன்
ஒரு கரண்டியில்
சேந்த முடியும்
மீன்குழம்பின் அளவுக்கு
என்மீது உனக்கு
அன்பிருந்தால் போதும்
வாழ்க்கை எனக்கு
கையளித்திருப்பதோ
ஒருகவளச் சோறு
அதை சுவையூற உண்டு முடிக்க
ஒரு கரண்டி அன்பு போதும்.

7) உனக்குப் பின்னால்
ஏகடியம் பேசுபவர்களை
நீ திரும்பியும் பாராமல்
முன்னேறக்கடவது என்று
கர்த்தர் என் காதில்
வாக்குத் தத்தம் அளித்திராவிட்டால்
நானும் கலங்கித்தான் போயிருப்பேன்
நீ அவர்களைக்கண்டு
திகிலடையாதிருக்கும் பொருட்டே
உன் முதுகின் மீது
கண்களைப் படைக்காமல் விட்டேன்
என்று தாழ்ந்த குரலில் அவர்
என்னிடம் சொன்னபோது
நான் அவர் கன்னத்தில் இதழ் பதித்தேன்

ஆனாலும் எனக்கு பிரியமானவர்களே
பாவமற்ற மறிகளைப் போலிருக்கும்
எனதன்பின் திருமேனிகளை
எனக்குப் பின்னால் எங்கே
கூட்டிச்செல்கிறீர்கள்.

தயை கூர்ந்து நான் செலுத்திய அன்பை
என்னிடமே திருப்பிச் செலுத்திவிடுங்கள்
எனதன்பை உங்களிடம்
தனித்துவிடுவது
அவ்வளவு பாதுகாப்பானதில்லை
என்பதை நான் அறிந்தே இருக்கிறேன்.

✻

மேற்கோணம்

1) வானத்தில் இருந்து
பார்ப்பதற்கு
உடைக்க உடைக்க
உடைக்க முடியாத
நீர்க்குச்சிகளைப் போலக்கிடந்தன
நதிகள்
சற்றைக்கெல்லாம்
உறங்கிய என் கண்களில்
பேரழகாகத் தெரிந்தது
ஒரு நீர்க்கூடு
எல்லாச் சுள்ளிகளையும்
பொறுக்கிச்சென்று
எந்தப்பறவை கட்டி இருக்கும்
இத்தனை அழகானக் கூட்டை

2) நகரத்துக்கு மேலிருந்து
பார்ப்பதற்கு
சமச்சீராக வெட்டி வைக்கப்பட்ட
கேக் துண்டுகளை போலிருந்தன
கட்டிடங்கள்
எனக்கு பெரும் பசியாக இருந்தது
ஏவ்வொரு கேக் துண்டாக
எடுத்துச் சாப்பிட்டுவிட்டேன்
நகரமேயர் நாளை எழுந்ததும்
நகரம் எங்கே நகரம் எங்கே
என்று தேடும் போது
களங்கமிலா குழந்தை என
முகத்தை வைத்துக் கொள்வேன்
மேலும்
நான் இரவில் வானில் சஞ்சரிக்கும் போது
எனக்குப் பசி எடுக்காமல் இருந்தால்
மற்ற நகரங்களுக்கு நல்லது.

०

இருள் என்பது எதனுடைய நிழல்

1) கண் விழித்துப்பார்க்கிறேன்
கைகளில் தட்டுப்பட்டது இருள்
வெளிச்சத்தின் சருமம் போல்
கதிர்களின் கூர்மை இன்றி
மழுங்கலான மென்மையோடு
இருந்தது இருள்

இருள் மீது கைபோட்டுக்கொண்டு
தூங்கினேன்
அவள் மீது கைபோட்டுக்கொண்டு
தூங்குகிற இதம்

2) அணைந்த விளக்கில்
இருள் ஒரு தீபமாக எரிந்தது
படுத்திருக்கும் அவளின்
கருத்த உதடுகள் போல்
இருந்த விளக்கின் தீபம்
விடிய விடிய பேசிக் கொண்டிருந்தது
என்னோடு

3) காப்பாற்றுங்கள் காப்பாற்றுங்கள்
என்று பதட்டமாகக் கதறின
சிட்டுக் குருவிகள்
சிறு வெளிச்சமொன்று
ஆழ்துளை கிணற்றுக்குள்
தவறி விழுந்துவிட்டதாம்
நான்போய்ப் பார்த்தபோது
இருளின் உருளைகள்
துளையில் அடைத்துக்கொண்டிருந்தன

உருளைகளை ஒவ்வொன்றாக
வெளியில் எடுத்துப்போட்டதுதான் மிச்சம்
வெளிச்சத்தைக் காணமுடியவில்லை
கடைசியில்
இருளின் உருளைகளைக் கொண்டு
வெளிச்சத்திற்கு
அழகிய நினைவிடம் ஒன்றை
எழுப்பிவிட்டு வீட்டுக்கு வந்தேன்.

4) வெளியே இருந்து
அறைக்குள் நுழைந்தேன்
உள்ளே ஒரே இருட்டு
கண்கள் இருட்டுக்குப் பழகட்டும் என்று
காத்திருந்தேன்
ஏனெனில்
பழகிய பிறகுதான் அது ஒவ்வொன்றையும்
தெளிவாகக் காட்டுகிறது
அல்லது நாம் அதனோடு பழகவேண்டுமென்று
அவ்வளவு விரும்புகிறது....

✿

அச்சு

1) பூமியின் அச்சு
   துருவேறி விட்டது
   அது சுழலும் போது
   பழைய மின் விசிறி போல
   கிரீச் ஒலி எழுப்புகிறது
   இரவெல்லாம் தொழிலகத்தில்
   வேலை பார்த்துவிட்டு
   தூங்கலாம் என்று படுத்தால்...
   சை... இந்த இரைச்சலில்
   எப்படித் தூங்குவது
   யாரங்கே....
   அந்த தலைமைப் பொறியாளனை
   கூப்பிடுங்கள்...

2) அதோ பார் அன்பே
   சாய்ந்து சாய்ந்து சுழன்று
   நம் காதலுக்குச் சலாம் சொல்கிறது
   பூமியின் அச்சு...

☉

ருசி

1) கூடத்தில் அமர்ந்துகொண்டு
மௌனத்தை நறுக்கி நறுக்கி
ஓலைப்பெட்டியில் வைக்கிறாய்
மௌனத்தை நறுக்கும் போது
எழுகிற ஓசையின் சுகம்
உன் விரல்களில் பரவுகிறது

மௌனத்தின் ஒரு வில்லையை எடுத்து
வாயிலிட்டு ருசித்தேன்
வெகுநேரம் நாக்கின் மீது
மிதந்து கொண்டிருந்த
அவ்வில்லையை
விழுங்கவே விடவில்லை அதன் ருசி....

2) நிலவின் சிரிப்பு
வெற்றுக்கிண்ணிகளாக
கடலில் மிதந்தலைகின்றன
வெண்ணெயைப் போல
உருட்டி உருட்டி என் தனிமையை
அக்கிண்ணங்களில் வைக்கிறேன்
காலம் ஒவ்வோர் உருண்டை மீதும்
கற்கண்டுகளாக வந்து
ஒட்டிக்கொள்கிறது
ஆசை ஆசையாய்
தனிமையை எடுத்துப் புசிக்கிறேன்
சொல்லித்தீராத ருசி....

வானவில் பறவை

கன்னத்தில் இட்ட
முத்தங்களை எல்லாம்
காற்றில் பிய்த்து பிய்த்து
எறிந்து கொண்டிருக்கிறாள்
கோபத்தில் இருந்த
என் சின்ன மகள்
காற்று வெளியில்
நிரம்பிக் கொண்டிருக்கும்
முத்த வளையங்களில்
நுழைந்து செல்கிறது
ஒரு வானவில் பறவை..

கனவுக்கு வெளியே

நான் தூங்கிக் கொண்டிருந்தேன்.
கனவு ஒன்று வந்து என்
பக்கத்தில் படுத்துக் கொண்டது.
கனவின் மீது கைகால்களை தூக்கிப் போட்டுக் கொண்டு
தூங்கினால்தான் எனக்கு தூக்கம் வருகிறது.

இளம் வயதில் ஒரு கனவுதான் என்னை கன்னி கழித்தது.
எப்படியென்றால்
ஒரு நாள்இரவு,
கனவு ஒன்று என் தலையை கோதியபோது அதன்
கைவிரல்கள் எல்லாம் என் தலையிலேயே தங்கிவிட்டன.
அவ்விரல்கள் எனது
மூளையோட்டின் மீது
தாளமிட்டு அதி அற்புதமான அந்தரங்க இசை ஒன்றை உருவாக்கின.

எனதுடலென்னும் ஆறடி குளத்தில் நீராடவந்த அரம்பையர்கள்
அவ்விசையில் மயங்கி
குளத்தின் கரைகளை மார்பின் குறுக்காக அணிந்து கொண்டு நடனமாடினர்..
தளும்பிய குளத்திலிருந்து தண்ணீர் கனவுக்கு வெளியே சீறிப் பாய்ந்தது.

விழித்திரை

1) உன் புகைப்படத்தை
எங்கு ஒளித்துவைப்பது
என்று தெரியாமல்
விழித்திரைக்குப் பின்னால்
ஒளித்து வைத்திருந்தேன்
நானறியாத ஒரு பொழுதில்
நீயதை எடுத்துக் கொண்டு
உன் கொலுசின் ஒரு முத்தை
அங்கு வைத்துவிட்டுச் சென்றிருந்தாய்

இன்று பகல் முழுக்க
என் விழித்திரையில்
இசைக் குறிப்புகளை
எழுதிக் கொணடிருந்தது அம்முத்து
காட்சிகள் எல்லாம்
இசையாகப் புகையும்
அதிசயம் தொடங்கிவிட்டது
என் வாழ்வில்....

2) ரயிலில் ஏறி அமர்ந்தேன்
   ஜன்னல் காற்றில்
   தழுதழுத்தது வெள்ளை ஒளி
   கண்ணீரைச் சொற்களாகவும்
   சொற்களைக் கண்ணீராகவும்
   மாற்றவல்ல என் கண்களின் விழித்திரையில்
   ஓர் கருப்பு வெள்ளைக் குறும்படம்
   ஓடி முடிந்ததும்
   ஒரு ரயில் நிலையம் வந்திருந்தது.

   குறும்படத்தில் வந்த அதே ரயில் நிலையம்
   நான் இறங்கி நடந்தேன்
   குறும்படம் தொடர்ந்தது
   பேருலகின் மாயத்திரையில்....